Pahimakas

Mga tula at talata ng Pamamaalam

Ana Grasya, Jeffry Ruma

Ukiyoto Publishing

All global publishing rights are held by

Ukiyoto Publishing

Published in 2023

Content Copyright © Ana Grasya, Jeffry Ruma

ISBN 9789360169619

All rights reserved.

No part of this publication may be reproduced, transmitted, or stored in a retrieval system, in any form by any means, electronic, mechanical, photocopying, recording or otherwise, without the prior permission of the publisher.

The moral rights of the author have been asserted.

This is a work of fiction. Names, characters, businesses, places, events, locales, and incidents are either the products of the author's imagination or used in a fictitious manner. Any resemblance to actual persons, living or dead, or actual events is purely coincidental.

This book is sold subject to the condition that it shall not by way of trade or otherwise, be lent, resold, hired out or otherwise circulated, without the publisher's prior consent, in any form of binding or cover other than that in which it is published.

www.ukiyoto.com

Ito ay para ~~sa iyo~~,
~~sa kanya~~,
sa lahat ng
pusong wasak, naliligaw,
umaasa, nauuhaw;
mga pusong madalas luha
at tinta lang ang tanging kaulayaw.

*"Laura aliw nitong buhi
Paalam ang abang kandong ng pighati
Lumagi ka nawa sa kaligayahan
sa harap ng di mo esposong katipan,
At huwag mong datnin yaring kinaratnan
Ng kasing nilimot at pinagliluhan
Kung nagbangis ka ma't nagsukab sa akin
Mahal ka ring lubha dini sa panimdim.
At kung mangyari, hanggang sa malibing
Ang mga buto ko kita'y sisintahin."*

**-*Florante at Laura*,
Francisco Balagtas**

Magsisimula tayo sa pagsusumamong…

Baka pwede pa.

Baka pwede pang habulin ang mga sandaling tumakas kasama ang mga luhang tumagatak sa sahig na wala man lang nagpunas, mga pangakong nagkabuhol-buhol na tila lubid na hindi mo na mawari kung paano aayusin, mga tulang isinulat sa kwadernong nagmistulang hukom na naging sumbungan mo sa tuwing masasaktan o panghihinaan ng loob.

Baka pwede pa.

Baka pwede pang bawiin ang mga sandaling minimithi ang aking presensiya subalit sa sobrang pagkaabala'y hindi na nabigyan pa ng kahit ilang segundo lang sana para mahawakan ang iyong kamay, alalayan sa pagtawid, sa paglalakad sa masalimuot na landas na dati ay magkasama nating binabagtas, ang mga rosas na pinitas upang maialay sayo, maipadama ang pag-ibig na wagas, mga alaala na pilit tinitiklop ng nagbabagong panahon, pilit binubura mula sa isip na walang naging ibang laman kundi ikaw sa loob ng mahabang panahon.

Baka pwede pa.

Baka pwede pang angkinin muli ang mga labi na naglalagablab, ang init na gumagapang sa kaibuturan ng puso na nagwawakas sa malamig na gabi, ang higpit ng yakap sa tuwing ako'y nalulumbay, mga pangaral at paggabay, ang bawat pagpaparaya kahit pa ikaw ang tama at pinagpipilitan ko lamang ang isang matigas subalit walang kwentang prinsipyo na ni hindi maarok ng isipan kung bakit ayaw bitiwan, mga pagsusumamo na huwag kang iwan, mga ngiting kasing tamis ng asukal na nakakintal sa aking balintataw.

Baka pwede pa.

Baka pwede pang lingunin mo akong muli sinta, kahit saglit lang at nang makita mo man lang sana kung paano ako nawasak dahil sa mga desisyong biglang hinabi nang hindi man lang binigyan ng makabuluhang pagtataya. Ano pa nga ba't heto ka, ngayo'y humahakbang papalayo sa akin habang ang malamlam na liwanag ng buwan ay nagpapasidhi sa nagpupumiglas na mga luha. Gustuhin ko man sanang pakiusapan kang bumalik pero malinaw sa iyong mga mata na ayaw mo na. Kaya heto ako, nakatayo, pinagmamasdan ang bawat hakbang mo habang ang paligid ay humahalakhak, ang mga tala ay nanunumbat, oh bakit nga ba dumating sa puntong bibitiwan ko ang mapapait na salitang *baka pwede pa...*

Siguro pwede pa.
Pero siguro tama ka. Tapos na. Malaya ka na.

-baka pwede pa

May mga araw na lumalamig ang kape ko nang hindi ko namamalayan na tila ba ang init na taglay nito'y nagpupumiglas bago ko pa man maramdaman. Pero madalas, ikaw yong nanlalamig na parang nalalambungan ng yelo ang ating samahan. Minsan, binabalewala ko ang pag-iiba ng mga kilos mo. Minsan, tumatagatak na lang ang luha sa mga mata ko kasabay ng pagtagas ng hindi maarok na kahulugan ng mga tayutay sa tinta ng panulat na bumabakas sa di matapos-tapos na tulang nililikha para sayo.

-di matapos-tapos na tula

Kung sa kalaunan ikaw ay liliko,
babalikwas sa yakap
ko sabay tatakbo papalayo,
huwag nang manatili pa
Lisanin mo ako habang maaga—
habang ang puso'y hindi pa sanay
sa iyong presensiya
Ayokong masanay sa mga bisig
na sa bandang huli'y
hindi magiging akin,
sa mga ngiti na pilit ikinikintal
sa kaibuturan ng isip
na mapapawi din naman
pagdating ng gabi
Ayokong masanay sa mabubulaklak
na salita na kinabukasa'y
maglalaho na tila bula,
mga kwentong hinabi
mga tayutay na pinagtagpi-tagpi
na siyang magpapaalala
sa akin sa nakaraan
sa oras na ika'y di na matanaw
Ayokong masanay na may *tayo*
kung sa bandang huli'y
magigising akong ako
na lang mag-isa
at ang mga pangakong
pinanghawakan ko
ay ***nakahimlay na sa ilalim ng mga tala!***

Ngayon ay isa lamang sa mga araw kung saan kapos ang tinta at walang tumatagatak na salita sa aking bibig maliban sa pangalan mo. Maging ang isipang dati'y marangya sa korido na tila ba batis na umaagos palabas sa panulat ko, ngayon ay tulad ng lupang tigang—nakatiwangwang at naghihintay ng ulan. At kahit pa nais ko sanang lumikha ng kahit isang simpleng akda para sayo, hindi ko magawa. Ni hindi makakilos na animo'y ang mga kamay na dating malaya ay nakapiit sa gintong tanikala ng kahindik-hindik na kahapong tinatakasan subalit biglang tumitilapon sa aking harapan bilang mga durug-durog na bubog. Pulutin ko man isa-isa ang bawat piraso, masugatan man sa proseso ng pagbuo, alam ko, hindi na maibabalik sa dati nitong anyo.

-pira-piraso

Kung darating man
ang araw na mapagod
ako sa kakahintay
huwag mo sanang
huhusgahan
Alalahanin mo,
napagod man
kaya huminto
ginugol pa rin
ang bahagi
ng panahon
sa paghihintay sayo
Kaya kung humantong
man tayo
sa sandaling iyon
lagi mo sanang tatandaan
na sinubukan ko
bago tuluyang sumuko

-sinubukan

Hahayaang maglandas
ang mga luhang
kinukubli sa bawat
tayutay na hinahabi
Tatagas ang dagat
ng paghihinagpis
na iginapos
upang hindi mapansin
ang tahimik na paghikbi
sa katahimikan ng gabi
Habang ika'y nahihimbing
kasama ang mga bituin,
karamay ko ang malamlam
na sinag ng buwan
sa pagharap sa sakit
na idinudulot mo sa akin
Sakit na sa iyong mga mata
ay hindi ko maamin

-tatagas ang dagat

Iginuhit kita sa alapaap
Ang marikit mong mukha
ay inukit sa mga ulap
at sa bawat pag-alab
ng pusong nangungusap
ikaw, tanging ikaw
ang nakalutang sa balintataw
Matingkad man sa isip
ang iyong mga ngiti
ang lahat ay panaginip
sapagkat ikaw ay bahagi
lamang ng damdaming
nagpupumiglas isatinig
Sa tulong ng tinta
ikaw ay nilikha
at ang ating pag-ibig
ay pulos kathang-isip

-*kathang-isip*

Sinalo ang bala
na nakatakda sanang
wawakas sayo

Pero wala
Hindi parin sapat!

Kahit naghingalo,
muntik maubusan ng dugo
sadyang may kulang

Paano nga ba magiging sapat?
Binigay ko ang lahat
Binuhos ang oras
Panaho'y inilaan
para ayusin ka
alalayan ka
alagaan ka
Gayunpaman
nananatiling salat

Bakit nga ba ako magiging sapat?
Minahal lang naman kita nang wagas!

-salat

Pilit bumabalik ang alaala sa lugar kung saan tayo unang nagkita. Minsan, nadadala ako sa bugso ng damdamin na pilit kumakawala sa mga pagkakataong nagagawi ang isipan sa mga tawanan at tuksuhan natin noong araw. Ngayon, nandito ka, ipinapaintindi sa akin ang samut-saring rason kung bakit mo kinakaya ang sakit sa kabila ng sinabi kong *tama na.* Minahal naman kita, alam mo yan. Hindi ko ikakaila na mahirap sa akin ang makita kang luhaan sa harap ko. Pero hindi kaya nasanay ka lang sa presensya ko kaya sinasabi mong ayaw mong kumawala? Ang higit na nagpapakaba sa akin mahal ay ang malaman na kaya ka lang kumakapit dahil nasanay ka hindi dahil mahal mo ako nang sobra.

-nasanay

Pahimakas

Umaalingawngaw
ang pagsusumamo
Sa di kalayuan
ika'y nakatayo
tuwid na tuwid
na animo'y
hindi babaluktot
sa kabila ng bugso
ng hanging amihan
Pilit binubulong sayo
ang mga tula
na isinulat ko
sa ilalim ng puno
ng Acacia
sa isang gabing madilim,
at ang tanging gabay ko lamang
ay ang liwanag
na nagmumula
sa iyong mga mata
Mahal kita, maniwala ka
Hindi itatanggi
sa mga tala
Ikaw ang nais makasama
hanggang sa pagtanda.

-bugso ng hanging amihan

Kasabay ng pag-indak
ng katawang pagal
ay ang pagbuhos
ng malakas na ulan
na humuhugas
sa mga luhang umaagos
mula sa mga matang
dalamhati'y di matapos
Dibdib na tigmak
sa dusa't hilahil
O bakit nga ba
ayaw paawat?
Bagamat wala na
ang pagsinta
nakatatak parin
sa isip
ang iyong mukha
At sa bawat pintig
bawat sakit
o pag-ibig
tanging pangalan mo
ang siyang sinasambit!

-ayaw paawat

Minsan gusto kong itapon ang sarili ko sa gitna ng rumaragasang sigwa kung saan ang lahat ay payapa hindi tulad ng isip ko na tila ipu-ipong hindi humuhupa sa kabila ng sigaw kong tama na.

Tama na!

Ayoko na! Wala ng dahilan para isipin ka. Tapos na tayo di ba? Maayos ka na. Pero bakit ayaw paawat ng puso ko na tila ba isang delubyong nakatakdang manalasa sa kaibuturan ng dati'y maayos kong mundo?

-unos

May patutunguhan ba
ang daan na tinatahak?
Hindi ko mawari kung pasasaan.
Liku-liko na animo'y mga nota
na hindi magkasundo.
Magulo ang tugtog;
ang liriko'y kapos sa damdamin.
Hindi matukoy kung pasasaan nga ba
ang bawat kataga na namumutawi
sa mga labi mo?
Kung sa bawat sambit mo
sa pangalan ko ay mananagana
ang sakit na tila ba
ang bawat bigkas
ay punyal na dumudurog
sa dibdib ko,
isigaw mo mahal
ang pangalan ko
nang maraming beses
Handa na akong
pumikit magpakailanman
kung sa aking pagpanaw
mukha mo ang tatatak
sa aking balintataw!

-notang hindi magkasundo

Pahimakas

Naitanong mo na ba
sa sarili mo
kung bakit tuwing
dapithapon
ay tumitilapon
ka sa kawalan?
Gumugulong
sa kung saan-saan
hanggang sa
matanaw mo na naman
ang matingkad
niyang ngiti,
kumikislap na bituin
sa di kalayuan,
sisikaping abutin
hanggang masagi sa isip
oo nga pala
may iba na
kaya tama na...
Bagamat mahal mo pa
ang ngiting dati'y sa iyo
ay tinangay na
ng malamyos
na tunog ng ibang musika!

-*malamyos na tunog*

Binabagyo ang dating
payapang isip
Hindi magkaisa
na tila nga ba
walang ganap na diwa
ang bawat salita na hinabi
upang buuin
ang isang talata
na siyang papawi sana
sa mga haka-haka
na nakabaon sa mga tayutay
na pilit iniintindi
ng pagal na puso
Tayo pa ba?
Sabihin mo
O baka naman
ang matamis mong ngiti
ay isang balatkayo lamang
at ang pagsinta na ating binuo,
bawat pangungusap
bawat bugso ng damdamin
ay bahagi na
ng isang marikit
na kahapon

-balatkayo

Minsan naiisip kong
sana hindi na lang
Hindi na lang ako
ngumiti nang magkasalubong
ang ating mga mata
Hinayaan na lang sana
ang kislap na nagmula
sa iyong mga ngiting
mga punyal pala
na sa kalauna'y babaon
sa dibdib ko
at mananatili doon
na para bang nakatadhana
na magpagunita
sa mga alaala
na noong una pa lang
sana'y di ko na binuo
kasama ka

-*alaalang binuo*

Palalayain ka
hindi dahil kaya kong mag-isa
kundi dahil mas makagagaan
sa akin ang makita kang masaya
sa iba
kaysa araw-araw mong ipaparamdam
ang unti-unti mong pag-iiba

Palalayain ka
sapagkat masakit
na sa mga yakap ko'y
gusto mong kumawala

Nasa akin ka nga
mga mata mo nama'y nakasunod sa kanya

-palalayain

Pahimakas

Susunod sa mga hakbang
na kasingbigat
ng mga pasaning
nakadagan sa dibdib
Susunod ako
Susunod sayo
kahit pa liku-liko,
hindi dumidiretso
sa patutunguhan
Hila-hila ang agam-agam,
mga mapapait na pangitaing
kaalinsabay ng kahapon
na hindi makalimutan
Isip ma'y nalalambungan
ng isang libong katanungan
kung sigurado ba—
sigurado nga ba sa mga katagang
binitiwan mo
bago mo ako hinila papalayo
sa kinatatayuan ko
Susunod ako
Susunod sayo
Wala mang kasiguruhan
sapat na sa akin
na kasama kita
sa gitna ng unos
na rumaragasa

Sulat ako nang sulat ng tula
Minsan malayang taludturan
minsan may sukat at tugma
Ikaw lagi ang paksa
ngunit hindi mo naman binabasa

-walang kwentang makata

Paano kung ang pinakaasam-asam
na walang hanggan
ay matutuldukan lamang
ng isang simpleng hindi pagkakaunawaan?
Malalambungan lamang
ng samut-saring pagdududa,
nag-uumapaw na galit, gabundok na dusa?
At ang kahapong matingkad
na inukit sa isang dibuho,
ang mga pangakong
malamyos na dumuduyan
sa isipang walang ibang ninais
kundi ang mahimlay sa kanyang
dibdib habang matuling tinatangay
ng bawat pintig ng pusong
gusto mong angkinin ay mabubura
na tila ba ang mga ito'y mga salita lamang
na isinulat sa isang pisara!
Mangangahas ka pa bang umibig?
Susuong pa rin ba sa batis
kung saan masayang nagtatampisaw
ang iyong pinakatatangi?
O kakaripas ka ng takbo,
tatakbo hanggang hindi na maaninag
ang dati'y matapang mong puso!

-dibuho

Akala ko dati ay kaya ko
kaya ko lahat sapagkat
pinaniwala mo, pinaniwala mo ako
na *ang pag-ibig ay laging nananalo*
sa kahit ano o sino pa
ang makakasagupa nito
Ngunit bakit?
Bakit noong tinangka kong
harapin ang mundo
baon ang matamis mong halik,
mga yakap, haplos, ngiti;
lahat ng itinuring kong
patunay ng wagas mong pag-ibig,
iniwan mo ako?
Litong-lito, hindi ko alam
kung paano ko sasagipin
ang sariling nakatakdang gumuho
Akala ko dati ay kaya ko,
kaya ko ang lahat
Hindi pala
Sa huli ay napagtanto ko rin
matapang lang pala
ang puso ko
sapagkat iniibig mo

Pahimakas

Balang araw
babangon din akong malaya
malaya sa bangungot ng kahapon
malaya mula sa iyo
Subalit ngayon,
nanamnamin ko muna
ang luhang lumamig,
ang pait,
ang pighating hindi
na kaya pang ikubli
ng mga mata
Balang araw
babangon din akong nakangiti
Katulad mo
magigising din akong
hindi na ikaw ang mahal ko

-babangong nakangiti

Pahimakas, aking mahal
sa duyan nating itim
kung saan tayoý magkasamang
nangarap,nanindigan, naniwala,
nahimbing sa mabagal na ugoy,
ninamnam, dinamdam
ang bawat pagbayo ng dibdib
O, duyan nating naging saksi
sa bawat siphayong ibinulong sa hangin
 hanggang sa tuluyang nagising
sa katotohanang
hanggang dito na lang…
hanggang
      dito
           na
                 lang!

Nalugmok,
nasubok,
nasuntok
ng mala langit na simula

Tumangis,
natulala,
naniwala
sa mga bagay na sa bandang huli
ay ***wala lang pala!***

Tinanggap ko kung sino ka
Tandang tanda noong tayo ay masaya pa
Niyakap ko ang lahat *kahit mali na*

     Ganoon pala

Ngayon nakita ko
iyong kinaiya'y hindi maganda

-kinaiya

Parang isang munting anghel sa simula
na para bagang bawal magkamali sa kapwa
Sa simula lang pala
Nang ang lahat ay huli na,
nasambit ng puso,
tama na,suko na!

-suko

Ikaý nagising din sa katotohanan
tulad ko
May isang lugar kung saan
sadyang hindi puwedeng dumayo—
lugar na hindi masaya,
pulos lungkot, takot, tila bangungot!

Iyan tayo

Ang tadhanang hinabi
ay hindi nararapat sa isang
tulad mo,
tulad ko…

-*tadhana*

Isang natatanging talento ang meron ako:
pagkontrol sa hiyaw ng isip,
pagsupil sa nais ng puso—
pagtitimpi sa bawat pasakit na dala mo
Subalit aking napagtanto
hindi ko na pala kayang tumayo

At ang lahat ay tuluyang lumabo

-timpi

Tanging dasal ko ang magkaayos tayo
Hindi maiaalis sa akin ang paninibago
lalo pa't kagyat na nawaglit
ang tuwa, saya, lahat ng nakasanayan
Hanggang sa ngayon, nanghihinayang ako
Mahal, patuloy akong nagsusumamo
Oh, sana iyong mapagtanto
na tanging dasal ko lamang

  ay
    ang
      magkaayos
        tayo

Subalit sadyang napakatigas ng iyong puso!

-*pagsamo*

Pahimakas

Ito na ang ating huling yugto

Unang yugto, masaya,
Pangalawa masalimuot,
Pangatlo nakakakaba
Pang-apat naayos subalit may lamat na
Panglima nasira dahil sa iba
Pang anim—
~~Aayusin pa~~
~~Aayusin pa ba?~~
~~Aayusin pa~~

Ito na ang ating huling yugto

-*huling yugto*

Pag-ibig ang siyang
nagsindi sa napakalakas
na apoy sa pagitan natin—
apoy na siyang humubog,
sumubok,
humasa sa
pagkatao natin.
Pag-ibig ang siyang nagpaliyab
sa asupreng ang poot
ay hindi natutupok
ng anumang elemento

Banayad man ang pag-alab
ng mga dila ng apoy,
sa huli ay natupok din,
tumalima, napaamo
hanggang sa ito'y tuluyang naging abo

Maniwala ka,
kung nasaan man tayo ngayon,

pag-ibig ang dahilan

Pahimakas

Dalisay ang puso nating dalawa
Ligaya ang nadarama sa bawat umaga
Subalit—
ang gunita na naiukit sa ating puso't kaluluwa
ay isa na lamang ngayong alaala

-alaala

Noong tayoý nag-umpisa, ako ay narahuyo
sa iyong kagandahan, kabaitan at kahinhinan
Ngunit sa bandang huli,
galit, tampo at pagkabigo
ang tanging naging baon ko

-narahuyo

Dayang na aking pinakata-tangi
namumukadkad ang kagandahan,
ngiti'y naghihimutok sa kanyang pisngi!
Alam mo kung ano ang sabi?
Layuan mo ako!

Nais koý wala sa iyong ka-uri

-dayang

Kilig ang naramdam nang ikaý makita
nahumaling nang aking makaharap na,
namangha noong ikaý magsalita
Ngunit akoý iyong isinumpa
Para bang gumuho ang mundo kong
puno ng pagdududa
Tao lamang akong ibig sumaya
subalit bakit ganito ang tadhana?
Malungkot na matalinghaga
sa mata ng isang ***bigong binata***

Hawak ang lumang gitara,
binalak kong magtungo sa inyong tahanan
upang ika'y alayan
ng isang kundiman
Baka sakaling
dalisay na puso'y lingunin,
lugmok na kaluluwa'y hanguin
Ngunit pagsapit ng umaga,
nagising ang aking diwa
panaginip lang pala
panaginip lang pala…

-kundiman

Tahimik na tumatagatak
ang butil-butil na ambon,
sumasabay sa indayog ng luha ng kahapon
Hindi maipinta ang mukhang dati'y matiwasay
Binabayo ng pangamba
Sa gitna ng dilim, ako'y tahimik na nagdarasal
Mapawi nawa ang pangit na pangitaing
nakabalandra, ang araw ay umahon
sana at nang matapos na
ang kahindik-hindik na alingawngaw
ng kabiguang lumalason
sa puso't kaluluwa!

-*luha ng kahapon*

Pilit inaanalisa
ang mga nagawang mali
Hindi makuha,
Hindi ko mawari
kung bakit sa akin ibinubunton
ang sisi!

Hindi ko na kayang ikubli
ang pait na gumuguhit
sa labi,
mga patutsada mong
gumugulo sa guni-guni!

Ngunit sa bandang huli,
napagtanto ko rin
Hindi pala ako ang mali—
ang mga maaanghang na banat
ay inangkin lang ng uhaw na labi!

-mali

Poot na di ko mawari
Sigalot na nananagana
Sapatos na tila ayaw magpatali
Sinubukan kong pinili
Sakit ng puso di napapawi
Suko na!

Hanggang sa muli

-*suko*

Nagkamali, sinubukang bumawi
Nalingat lang sandali
Naglayag hinanap ang sarili
Sa bandang huli
Siya ay tinuringang dakilang sawi!

-sawi

Isip:

Ayaw ko na,
tama na,
sawa na

Puso:

Gusto ko pa,
tuloy lang,
masaya pa

-isip at puso

Madadapa ngunit babangon
Masusugatan ngunit maghihilom
Masasawi ngunit…
may pag-asa…may pag-asa

Kung babalik man sa una at
muling madadapa,
      masusugatan,
           masasawi,
                magpapatuloy ako…..

m
a
g
p
a
p
a
t
u
l
o
y
!

Tahan na, sana kaya pa

Espadang kasing talim
ng kanyang bibig
tumataga,
humihiwa
sa aking damdamin—
hindi ko masukat
kung gaano kasakit
gaano kalalim ang sugat
nabibingi,
napapabalikwas
sa lakas ng kanyang bulong
na dumadagundong sa kalooban kong
naghihinagpis sanhi ng mga katagang
hindi ko sukat akalaing
mamumutawi sa mga labing
minsan kong inangkin!

-dagundong

Dekada—
panahong hinintay upang muling
masilayan ang kislap ng iyong mga mata
Dekada—
panahong tigmak sa pasakit,
pangamba,
pagdududa,
pakikibaka sa sariling isipan
Ngayon nga'y narito ka
taglay parin ang halimuyak,
ang hinhin, ang ganda!
Nilapitan kita kahit binabayo ng kaba ang dibdib
Subalit sambit mo:
"Nagagalak akong makita ka.
Matagal kitang hinanap,hinintay!
Nasaan ka noong kailangan kita?
Iniwan mo nalang ako bigla."
Natigilan, napabuntong-hininga
habang sinasariwa ang kahapon

Oo nga't iniwan ka noon,
subalit nandito na ako ngayon
nakahandang bumawi…
ako'y babawi…..

-*dekada*

Sa nakaaraan nating puno ng pasakit
Sa mga luha nating puso ang dawit
Sa mga negatibong katagang nasambit
Natuto kang magtanim ng hinanakit
Sa taong noon ay pag-ibig ang awit

Subalit aking napagtanto na sa bawat saglit
Ngalan mo ang sa isip ko ay laging nakasabit
Kahit ginto man ang kapalit
Hindi parin kita kayang ipagpalit

-pag-ibig ang awit

Pahimakas

Hinanap ko ang aking sarili
Ngunit sa gitna nito
Nagpakalayo-layo
Nagpakatoyo
Nagloko
A
K
O
Nagloko
Nagpakatoyo
Nagpakalayo-layo
Ngunit sa dulo nito
Nahanap ko ang aking sarili

-ako

Hindi ko inaasahang makikilala ko siya—
siya na magpapabago sa aking buhay
na puno ng kalungkutan
Siya na magbibigay kulay
sa matamlay kong mga mata
na walang ibang nakita kung hindi ang mundo na
puno ng pagdududa, karahasan at pandaraya

Salamat at ika'y aking nakita
isa na akong tunay na malaya

-malaya

Pahimakas

Sa isang sulok ng silid-aralan
ako ay nakalugmok
isip ay lumilipad na para bang nasa kalawakan
nang biglang nahuli ko ang tingin ng isang
magandang dilag—
tingin na tila ba nagpapahiwatig ng kaliwanagan,
tingin na nagbibigay ng katahimikan sa
nagugulumihanan kong isipan………

Pagkagising ko nitong araw,
katabi ko na siya:
ang magandang dilag
na nagbigay sa akin ng katiwasayan

-tingin

Sa una'y hindi mo maiintindihan
ang kanyang prinsipyo at kaugalian

Nakakalito
Nakakatakot
Nakakabigla
Nakakagulat
Nakakalungkot

Ngunit kung iyong susumahin
madali lang pala
Matututunan mong pakisamahan at intindihin
basta gamitin lamang ang puso nang taimtim

 -taimtim

Pahimakas

Katahimikang bumabalot
sa lihim ng gabi
Sa isang madilim na sulok
ako ay nakakubli
Lumilipad na isip,
hindi ko mawari
kung saan-saan nagagawi!
Biglang bumagsak ang luha, galak at ngiti

Umaga na pala
maliwanag na
payapa
masaya

Nandito ka na.

-*payapa*

Pumapailalim na tabak
sa puso kong napakatigas
Hindi ko man lamang naramdaman
itinusok mong punyal,
itinusok nang mainam
hanggang sa bumulusok
ang dugong sing-itim ng gabi
Hindi maaninag ang mga mata
mong hugis buwan
nagniningning sa malabo mong mundo,
pinanghahawakan
ang pag-asang muli tayong maghaharap
nang muli mong masaktan ang puso kong
napakatigas

Tama na! hindi na kaya ng tabak mo ang puso kong mala-bato!

-*hanggang sa muli*

Iginapos ko ang sariling mga kamay
nang hindi ko na mahawakan
ang pisngi mong singlambot ng monay
Piniringan ng panyo ang mga mata
nang hindi ko na makita
ang kagandahan mong
para sa akin ay hindi nararapat
Malaya ka na,
Pinahiran ng pandikit
ang aking bibig
nang hindi ko na masambit
ang mga hinanakit
Hindi ako nabigyan
ng pagkakataong sabihin ito noon:
MALAYA KA NA!

Dalangin ko ay sana maging masaya ka

-malaya ka na

P
       a

a

          l   a

m   s
i
       n   t
a

-paalam

Sa magulong pasilyo ay masisilayang
mag-isang nakalapag ang antigong
makinilya,
ang karupukan nito'y hindi maitatatwa
subalit nang pinihit ko ang butones,
aba, ito'y kataka-takang gumagana!
Ang kalumaan nito'y hubad,
Bawat bahagi ay tahimik na umiiyak
Kumakawala sa makapal na agiw,
Nakapanlulumo!
Sa kabila ng kawalang-silbi,
ito'y nagsusumamo
Dahan-dahan akong naupo
sa harapan nito,
ang makukulit na daliri ay
hinayaang maglakbay
Kasabay ng pagtipa ng mga katagang
paalam ay humahagikhik
ang mga bahagi
nitong pakiwari
ko'y mababaklas sa bigat
ng mga salitang maliliksing
tumatagas, nakikipagpatintero
sa kumakaripas na oras!

-hagikhik ng makinilya

Nagtapat ang ating mga mata
napaisip, nagtaka at natulala
pagkatapos ay nasundan ng tuwa—
tuwa na parang kuryente ang dala
sa buong katawan kong
puno ng patay na selula
Nabuhayan ng pag-asa
at magpahanggang ngayon
ay para sayo parin humihinga

-selula

Iginapos sa lubid
hanggang sa hindi na makagalaw
ang diwa kong sa iyo lang nagmahal
Piniringan ang mga mata
hanggang sa hindi na makita
ang kagandahan ng mundong
minsan ay pinagsaluhan nating dalawa
Sinamid ang bunganga ng panyo
hanggang sa hindi na makapagsalita
ang puso kong laging sayo natutuwa
Kinitil mo ang buhay
hanggang sa hindi na makahinga
ang pag-ibig kong sa iyo nagmula

-kinitil

Mga salita mo na hindi mo pa nailuwa—
hinintay ko nang muling magunita
ang mga sambit mong kay hirap ipinta,
ayaw marinig maging ng mga pusa
Pagtitiis, kahinahunan at pasensiya—
mga balang nais sa aki'y manatili
Manatili nawa
Sapagkat ika'y labis na minamahal
paulit-ulit mang
ako'y iyong saktan

-*salita*

Ako'y nahindik
sa nakita kong anino
ng kahapon na pilit bumabalik
kahit anong iwas ang gawin ko
Nagulantang
sa dilim na puno ng galit,
nagulat
naitapon ang hawak
na armas—
isang kutsilyong makakapagligtas sana
subalit aking hinampas at ikinumpas
na parang isang yantok na umiilaw,
enerhiyang pilit nananakot
na tila isang multong
hindi natatahimik
kaya tuluyang bumabalik
sa himlayan ng kahapon

-multo ng kahapon

Isang awit na may payapang tunog sa panimula
Dahan-dahang pumapaitaas,
sa gitna'y lalong lumalakas
kasabay ng pag-indak ng mga
notang nagsasaya sa buhay na buhay
na melodyang tumitinag
sa buhol-buhol na pagsubok
sa pagitan nating dalawa
Sa dulo,
dahan-dahang
    humina
        bumagal...
Tatlo, dalawa, isa
hanggang sa naglaho
ang sigla ng musikang
bumalot sa akin
noong tayo'y nagsisimula

-*tono*

Pahimakas

Tunog ng kampana sa simbahan,
kislap ng mga pa-ilaw sa bintana,
mga taong ngiti ang nakaguhit mukha,
magulong kalsada,
abalang mga tala,
halakhak, tawanan ng pamilya,
lahat ng iyan....
lahat ng yan
iyong madarama
sa tuwing sasapit ang pasko

        tulad nong mga araw na tayo pa

-pasko

Dalagang pino
makinis ang kutis
kaaya-aya ang hugis
aking ninanais
Labi niya'y matamis
kasintamis ng anateris
minamahal kong labis
hindi ko matiis
walang pagmamalabis

-anateris

Pahimakas

Nababanaag ba
sa mga mata
ang lalim ng sugat
na binabalewala
ng mapanlilo
at mala-bato mong puso?
Nababanaag ba, sinta
ang kalbaryong
tinahak ng mga paang
gugutay-gutay sa paglalakad?
Maaring tama ka
sa mga sinambit mong
katagang pulos lason ang hatid
sa akin, ako'y nalulumbay!
Gustuhin ko mang
ipangako sa iyo ang tanang buhay,
ika'y pilit kumakawala sa mga yakap,
nagpupupumiglas na tila isang ibong
nakakulong sa hawla!
Oo, palalayain ka
Palalayain ka kahit masadlak sa dusa
sapagkat nahihinuha ko
na kahit pa ikaw ang pinakatatangi ko,
sadyang ***hindi ako ang tahanan mo!***

Naranasan mo na bang maglakad
sa ilalim ng rumaragasang
ulan habang nilalamon
ng pitada ng mga sasakyan
ang hiyaw ng iyong isipan?
Pilit sinasariwa
ang mga huling sandaling gumuhit
ang matamis na ngiti sa iyong mga labing
ngayo'y bakas sa pangungulila,
mga bisig na nakalaylay,
matang kinababanaagan
ng pangamba na mas pinasidhi ng malamlam
na sinag ng buwan
Kailan nga ba?
O, kailan huling naranasan ng pagal na katawan
ang sapat na pahinga mula sa mundong
tigmak sa dusa't hilahil?

-*uhaw sa pahinga*

Sa isang sulok nakalugmok,
bulag at bingi sa matuling pagkaripas ng oras—
oras na humuhila sa bawat buntong hiningang
binibitiwan kasabay ng tahimik na pag-usal
ng dasal sa mga patay na tala,
ako'y naghihimutok
Bakit ba tila hindi marinig ang tinig kong
garalgal, utal-utal at nalalambungan ng takot?
Ayaw kong mapag-isa sa madilim
at kahindik-hindik
na pasilyong patuloy
tinatahak ng isipang kapos
Maaaring ako'y isang abang baliw
sa mata ng lipunan
ngunit ni minsan ba'y
may nagtangkang umalam
sa sanhi ng aking nakakapanlumong kapalaran?

-mga patay na tala

Matamis na ngiting bumihag sa akin,
mga matang kasing-rikit ng mga bituin,
nagniningning sa gitna ng nakakamatay
na dilim,
humayo ka't iyong ipanalangin
ang pagal na pusong nakaratay
sa lilim ng pabugso-bugsong ulan

Matamis na ngiting bumihag sa akin,
bakit hindi ko nawari nong una pa lang
na ikaw pala ang kamandag na papatay
sa akin?
At ang mga matang kasing-rikit ng mga bituin,
pilit kinukubli ang libu-libong ***patalim!***

May mga araw na nakikipagpatintero ang utak ko sa matutuling sasakyang dumadaan sa katapat na kalsada na animo'y mga buhangin sa karagatan ang mga kwentong tumatagas sa aking panulat—hindi maubos-ubos, hindi matapos-tapos kahit pa ako'y lugmok, pagod, naghihimutok! Ang mga kwentong ito'y nagsasalaysay lang naman ng mga nakaraan nating pilit kong ibinabaon sa kailaliman ng lupa subalit hindi lubos matakasan na para bang mga multo na gumagambala sa nahihimlay na gunita. Gustuhin ko mang ikubli ang sarili sa ibang dimensiyon, maaaninag pa rin ang mga anino nating dalawang masayang magkaulayaw—balot na balot sa hiwaga at tamis ng pag-ibig na ating natagpuan sa taimtim na dagat kung saan tayo nagsimula.

-taimtim na dagat

Marahil ay tama sila
ikaw ay isang tula
tulang kahit anong gawin
ng isip, hindi maarok
ang nais ipakahulugan
ng bawat salitang ibinabato
mo na buong puso ko namang sinasalo
At kahit pa hindi magkaumayaw
ang mga kamay sa kakabuklat
sa diksyunaryong hawak, hindi
mawari ang mga talinghagang
pilit ipinapaunawa sa nagugulumihanang diwa
Tama naman ang baybay
ng salitang itinipa
sa maliit na kompyuter na hawak,
ngunit bakit walang lumalabas
na kahulugan sa iskrin?
Marahil ay hindi ako tunay na makata
sapagkat kahit anong gawin ko,
nagpupumiglas ang mga tayutay
mula sa palad ko na tila tubig sa ilog
na tumatagas patungo sa karagatan

-tubig sa ilog

Pahimakas

Humahampas sa dibdib
nanunuot hanggang kaibuturan,
usal na malimot kahit minsan
ang mga katagang hindi pinag-isipan
subalit namutawi
luha ay bumukal
luha ng pusong hindi matatawaran,
mga pasakit na sa pagkamanhid
ay hindi ko na maramdaman
Oh aking paraluman
hindi ba't aking pinatunayan
na mahal ka kahit ibaon mo pa
ang punyal sa dibdib
upang mas managana ang sakit
mula sa sugat na sa lalim ay
hindi ko na masisid

-sisid

Luntiang dahon ng kaimitong
pinamugaran ng mga butil ng hamog
sa ibabaw ng kalawakang kulay asul
na pinamahayan ng mga kumikislap na bituin
Nahagip ng aking matang
buhay na nagpapatrol
sa paligid na ako lang
ang nakakubli
Ako lang
Mga tanawing nagpapagunita
sa mga pahahong ang mundo ay buo,
mga kakatwang memoryang
nagpapatunay na minsan
nakadaupang palad ko si Kupido!

-buo

Marilag mong ngiti
mayumi mong mukha
kawangis ng isang diyosang
sa akin ay bumighani
Nang sumakop sa aking diwa,
o tandang tanda ko pa
Isang tunay na diwatang
sa magulong isip ay nagpatalima
Sinta, iyong pinalaya
ang nakapiit kong kaluluwa
Ngayoý isa ng ganap na paham
mga mata'y hindi na nalalambungan
ng makapal na ulap na nagbadya
sa pananalasa ng isang sigwa!

-paham

Saksi ang langit at lupa,
pati na ang mga likha
sa marubdob na pagmamahalang
namamagitan sa aming dalawa
Siyaý isang makata
natatangi ang kanyang mga tula
Mga salitang gamit niya
tunaý ngang mahika
Mahiwaga!
Ngunit katulad ng isang antolohiya,
ang aming kwento ay natapos
Gayon pa man,
ang puso ko'y nananatiling nakabaon
sa pahina kung saan umaalingawngaw
ang pagsintang bahagi na ng kahapon
pagsintang mula sa mga tinta'y pilit bumabangon

-antolohiya

Pahimakas

M

a

l

a

y

a
-malaya

Malaya na

Malayang humalik sa hangin
Bumulong sa papatilang ulan
Sumabay sa indayog ng alon

Malaya na

Malayang sumunod sa silakbo ng damdamin
Ibaon sa limot ang mga sugat
na noo'y gabi-gabing sinasariwa
Yumakap sa bagong umaga

Malaya na

Malayang patawarin ang sarili
Gantimpalaan ang pusong nagwagi
Limutin ang masalimuot na sandali

Malaya na

Malaya na ako sa bangungot ng nakaraan

Sana ikaw rin

Tungkol Sa Mga May-Akda

Ana Grasya

Si Ana Grasya ay isang masugid na alagad ng literatura. Dahil dito, siya ay nakapaglimbag ng tatlong aklat sa loob lamang ng dalawang taon. Ang kanyang pinakaunang akda na pinamagatang Bygones ay isa sa mga nominado sa larangan ng Poetry sa itinampok na Filipino Readers' Choice Award 2022. Bagamat hindi nagwagi, nagsilbing inspirasyon kay Ana ang naturang nominasyon upang lalo pang pag-ibayuhin ang husay sa napiling larangan.

Sa kabila ng pagiging introvert, si Ana ay isang rehistradong guro.

Jeffry Ruma

Si Jeffry Calonia Ruma ay isang mahusay na mang-aawit. Dahil sa likas na pagkawili sa entablado, napabilang siya sa hilera ng mga kinikilalang mang-awit sa Cagayan. Sa pangunguna ng komposer na si Jimmy Jurado, inilunsad ang kauna-unahang album ni Jeffry kasama ang iba pang artists noong ika-16 ng Disyembre 2019 sa isang Christmas Concert na ginanap sa Kapitolyo ng probinsya. Tampok sa naturang album ang kanyang single na pinamagatang *Ako Nalang Ba* na ngayon ay mapapakinggan na sa *Spotify* at iba pang *music streaming platforms*.

Bukod sa pagiging mahusay na mang-aawit, batikan din si Jeffry sa Graphic Design Technology. Sa katunayan, kwalipikado siya sa nasyonal na paligsahan sa naturang larangan.

Bukod sa pagiging isang mang-aawit, graphic designer at mananalaysay, si Jeffry ay isang rehistradong guro at kasalukuyang nagtuturo sa Vicente D. Trinidad National High School.

www.ingramcontent.com/pod-product-compliance
Lightning Source LLC
LaVergne TN
LVHW041628070526
838199LV00052B/3280